Um peninga

Sálfræðileg hagfræði

Um peninga

Sálfræðileg hagfræði

Björn Ó. Vernharðsson

Um peninga

Title ID: 5342684

ISBN:
ISBN-13: 978-1508661580

ISBN-10: 1508661588

INNIHALD

Við og peningarnir

Í draumi sérhvers manns

Í draumi sérhvers manns er fall hans falið.
Þú ferðast gegnum dimman kynjaskóg
af blekkingum, sem brjóst þitt hefur alið
á bak við veruleikans köldu ró.

Þinn draumur býr þeim mikla mætti yfir
að mynda sjálfstætt líf, sem ógnar þér.
Hann vex á milli þín og þess, sem lifir,
og þó er engum ljóst, hvað milli ber.

Gegn þinni líkamsorku og andans mætti
og öndvert þinni skoðun, reynslu og trú,
í dimmri þögn, með dularfullum hætti
rís draumsins bákn og jafnframt minnkar þú.

Og sjá, þú fellur fyrir draumi þínum
í fullkominni uppgjöf sigraðs manns.
Hann lykur um þig löngum armi sínum,
og loksins ert þú sjálfur draumur hans.
(Steinn Steinarr 1942, Ferð án fyrirheits.)

Kafli 1

Um peninga

Bæn. Ég sem skrifa þjóðunum þetta
bréf er ómentuð fánýt persóna, ein í
heiminum svosem lús í stórri skyrti.
(Halldór Kiljan Laxnes, Kórvilla á
Vestfjörðum í Sjöstafakverinu, 1964).

Peningar eru hluti af fortíðinni

Peningaseðillinn sem ég á í veskinu mínu er þar vegna
þess að ég hef unnið fyrir honum.

Peningar og verðgildi þeirra eru skilgreind afurð af
fortíðinni.

Seðillinn er friðhelg eign mín, en verðgildið nýtur ekki
friðhelgis af því að það er samfélagslegt uppgjör um
fortíðina.

Verðgildið inn í framtíðina ræðst af öðrum gildum en
þeim sem gilda þegar við metum það sem er liðið.

Hvernig skilgreinum við fortíð?

Við notum óspart hugtök á borð við gott eða vont, satt eða logið, rétt eða rangt um fortíðina.

Það sem einum finnst rétt finnst öðrum vera rangt.

Þannig verður réttlætið illa skilgreind og þá getur réttlæti eins orðið að verulegu ranglæti fyrir annan.

Mismunandi sýn á slík gildi skapar spennu í samskiptum fólks.

Illa skilgreind fortíð

Hugtökin sem við notum til að skilgreina fortíðina og reynslu okkar geta ekki átt við framtíðina, nema sem forsenda.

Slíkar forsendur hafa þann eiginleika að staflast upp inn í framtíðina því að það eru önnur öfl með aðrar forsendur sem skilgreina fyrir okkur framtíðina.

Ef ég tala bara og hugsa um það sem er gott, geri ég mér ekki grein fyrir því hvað er gott eða vont að lokum.

Einhliða uppsöfnun skapar ójafnvægi og verður að ýktri andhverfu sinni, sem að lokum hrynur.

Við getum illa sagt fyrir um hvað er satt, rétt eða gott inn í framtíðina.

Illa skilgreindir peningar

Skilningur á peningum er mótaður af fortíðinni.

Á sama hátt ef verðgildi penings er illa skilgreint mun verða mjög vont, ósanngjarnt og upplogið jafnvægi á milli eigna og skulda.

Þess verr sem þau eru illa skilgreind.

Þess verr sem samskipti á milli þeirra sem lána og þeirra sem skulda eru illa skilgreind.

Mismunandi sýn á eignir og skuldir mun skapa spennu á milli þeirra sem lána og þeirra sem skulda.

Eignir og skuldir safnast upp í ójafnvægi sem að lokum hrynur.

Hrun er fyrirsjáanlegt af því að skilningur um framtíðina er ekki lagður til grundvallar í samskiptum á milli aðila, heldur er einblínt á forsendur sem liggja til grundvallar fyrir skilning á fortíðinni.

Um framtíðina eru önnur hugtök

Hugtökin sem við notum um framtíðina hugtök eru eins og von, traust og trú.

Þau geta illa sagt til um það sem er liðið.

Við getum líka talað um tilhlökkun, forvitni eða löngun til að læra yfir það sem við viljum gera.

Við getum lítið vonað til fortíðar, þótt í fortíðinni séu margar forsendur.

Markmið samfélags er að skapa forsendur, eða setja leikreglur, sem eru nauðsynlegar fyrir alla til geta unnið eftir til að efla sýn til framtíðar og eiga sínar vonir, með virðingu fyrir fortíðinni.

Það kristallast m.a. í viðurkenningu á friðhelgi einkalífsins.

Lögin skilgreina peninga inn í framtíðina

Til þess að viðmið um hvað er gott, satt eða rétt hafi einhverja meiningu inn í framtíðina setjum við lög um flest mál sem varða okkar samskipti við aðra.

Við setjum líka lög um meðferð peninga og lána.

Þegar ég geri svo nýjan samning við annan um að taka við mínum pening eða ég lána seðilinn í veskinu mínu, þá er farið að lögum til þess að seðillinn og verðgildi hans sé sem mest og tryggast inn í framtíðina.

Lögin skilgreina leikreglur þannig að upphaflegt verðgildi peningsins ræðst af fortíðinni og lögin gefa sameiginlega sýn um hvernig meðhöndla eigi samskiptin inn í framtíðina.

Réttlætingar eru ekki lög

Yfirgangssamir einstaklingar fara sínu fram, yfirleitt í skjóli valds sem hefur verið tekið, en ekki veitt.

Þeir virða ekki lögin og nota eigin réttlætingar.

Það er réttlæting ef einn ætlar öðrum að taka á sig ósanngjarna skiptingu á réttu eða röngu, góðu eða vondu.

Ekki síst þegar um er að ræða eignir eða skuldir.

Réttlætt afstaða peningahyggjumannsins hefur alfarið ráðið skiptingu eigna og skulda.

Sá óbilgjarni ætlast til að aðrir sætti sig við uppsett kjör.

Réttarfarið er tekið í gíslingu af fjármagninu.

Vonir og þrár allra eru jafngildar

Vonir þeirra sem eiga peninga eru ekki merkilegri en annarra, allir eiga sama rétt til að vona og trúa.

Það er skilgreint með friðhelgi einkalífsins í stjórnarskrá.

Friðhelgina verður að vernda með lögum, til frekari skilgreiningar.

Því með lögum skal land byggja, en með ólögum eyða.

Lögin eru brú á milli fortíðar og framtíðar

Ef við virðum ekki lögin sem skilgreina leikreglurnar og gefa sameiginlega sýn um hvernig meðhöndla eigi samskiptin inn í framtíðina, þá eigum við ekki neitt sameiginlegt að lokum.

Samfélagið liðast í sundur.

Réttlætingar lifa skammt, en lögin lifa.

Valdníðsla og réttlæting munu alltaf spila sinn leik í þrot, koma að lokum alltaf í ljós og verða gerð upp að lögum.

Kafli 2

Innra ástand

Ég hef lært að veröldin hefur einn kost sagði
maðurinn. Og hann er sá að hún gerir aungan
mann vitrari í dag en hann var í gær. (Halldór
Kiljan Laxnes, Dúfnaveislan í Sjöstafakverinu,
1964).

Tvenns konar ástand

Eitt er að horfa til fortíðar eða einbeita sér að aðkallandi
verkefnum.

Annað er að horfa til framtíðar með von í huga og
tilhlökkun til góðra verka.

Þannig er líkami okkar bundinn tvenns konar innra
ástandi og við gerum okkur ekki alltaf fullkomlega grein
fyrir þeim mismun sem á þeim er.

Að horfa til fortíðar og bregðast við því

Í einföldu máli er það þannig, að þegar við horfum til fortíðar eða erum einbeitt í að vinna ákveðið verk að þá virkar meira það kerfi líkamans sem tengist skynjun og viðbrögðum.

Kerfið byggist á grunnatriðum eins og:

- Að skynja

- Að skilja

- Að samræma skynjun og skilning

- Að velja

- Að framkvæma

Þetta getur verið í eðli sínu einfalt viðbragðskerfi sem byggir á því að gera hlutina eins og við höfum alltaf gert með smávægilegum tilbrigðum ef okkur þykir þess þurfa.

Þetta getur líka verið mikil rökhugsun um flókin atriði, sem finna þarf lausn á.

Að horfa til framtíðar

Kerfið sem opnar okkur sýn fyrir framtíðinni hefur aftur á móti þann eiginleika að virkjast ekki nema að ákveðnar forsendur séu til staðar.

Þær forsendur byggja á því að okkur líði vel og við séum opin fyrir framtíðinni með von, tilhlökkun og trú á því að hlutirnir muni fara vel.

Það hjálpar ef við erum núllstillt, sátt og í hvíld.

Þá fyrst getum við séð hlutina í heild sinni og metið áhrif orsaka og afleiðinga.

Þá opnast atriði fyrir okkur eins og:

- Að fá hjálp

- Að endurmeta og velja

- Að skapa nýtt

- Að endurbæta aðstæður

- Að finna sátt

Þetta kerfi er drifið af lokaatriðinu sem er sáttin.

Að leita sáttar er meira lausnamiðuð hugsun.

17

52 mínútur í fókus og 17 mínútna hvíld

Það hefur verið sýnt fram á það að besti árangurinn næst yfir vinnudaginn þegar unnið er að meðaltali í 52 mínútur á viðbragðskerfinu en í 17 mínútur þess á milli í sáttardrifna kerfinu[1].

Messur eru yfirleitt ekki mikið lengur en 52 mínútur, hálfleikur í fótbolta er eftir 45 mínútur plús einhvern aukatíma og bíómynd fram að hlé er oftast um það bil 52 mínútur. Þá er athyglin farin og við þurfum pásu.

Kerfin eru samvirk

Það eru ekki skýr mörk á milli kerfa, heldur eru þau samvirk. Það sem var er grunnur fyrir því sem verður.

Stundum erum við einbeitt og vinnusöm, en eigum svo okkar stundir þar sem við hvílumst og leyfum huganum að reika með tilhlökkun og þrá.

Þegar kerfin eru í jafnvægi virkum við best.

---

[1] Holly Pevzner (2015). Building the Perfect Day. *Psychology Today*. February.

Á kvöldin og um helgar snýst þetta við

Á kvöldin er mikilvægt að sinna sér vel og hvílast eða gera það sem er gott fyrir sálina.

Þess vegna er friðhelgi sköpuð um heimilið

Um þessa ró er skapaður rammi með stjórnarskrárákvæði um friðhelgi einkalífsins og heimilisins.

Ef við njótum ekki friðhelgis á heimili okkar erum við ekki í kjörstöðu til að ná sátt og innra samkomulagi og safna orku fyrir framtíðina.

Fólk við slíkar aðstæður hverfur smám saman í samfélaginu, því það hefur ekki orku til að taka þátt.

Það er eins og slíkt fólk sé ekki til. Aðrir taka ekki eftir aðstæðum fólksins sem verður að lokum eins og gegnsætt.

Ef leikurinn heldur áfram verður byrjað að útrýma slíkum sálum.

Yfirgangsmenn hætta ekki fyrr en þeir eru stoppaðir.

Það kostar mikið átak að standa gegn ofbeldinu.

Við og peningarnir

Peningar hafa seiðandi áhrif á okkur.

Þessum áhrifum má líkja við þá vímu sem við finnum fyrir þegar áfengis er neytt eða annarra vímuefna.

Áfengisneysla skekkir skynvit og viðbragð og þess vegna er t.d. bannað að keyra undir áhrifum áfengis.

Lánveitingar skekkja skynvit og viðbragð, og þess vegna verður að virða allar reglur um lánveitingar og það verður að hafa stíft eftirlit með lánastarfssemi.

Af þeim sökum eru lög um neytendalán. Neytandinn þarfnast verndar, því samningsaðstaða hans er skekkt.

Þetta á sérstaklega við skammtímalán, yfirdrátt, bílalán og kreditkortaheimildir.

Neytandinn er oft ekki í stöðu til að horfa til framtíðar með jafnvægi og skuldbindur sig gjarnan til langtíma með skammtímasjónarmið í huga.

Skuldbindingin getur verið of íþyngjandi og neytandinn getur í mörgum tilfellum ekki ráðið við það.

Lánveitandinn spilar inn á þennan veikleika.

Kafli 3

Saga peninga

Framanaf var efst í okkur að láta afgángsaurana oní klósettið, sagði buxnapressarinn. Þá göbbuðu þeir mig til að láta þá í sparisjóð og fá vexti. Og þegar þeir voru orðnir í vandræðum með þetta í sparisjóðnum þá sögðu þeir að ég skyldi fá mér lögfræðíng og setja þetta í hús. Þeir sögðu að fólk vantaði einlægt hús. En þegar ég var búinn að kasta peníngunum í hús, þá tók í hnútana. Fyrst tvöfölduðust þeir, síðan tífölduðust þeir, þarnæst hundraðfölduðust þeir og loksins þúsundfölduðust þeir. Altaf komu meiri og meiri hús fyrir peningana og meiri og meiri peníngar fyrir húsin. Einusinni vissi ég ekki fyren lögfræðíngurinn kemur til mín með tuttugu og fimm nýa amríska bíla, - og ég sem hafði aldrei stigið uppí bíl! Hvað á ég að gera við þessa bíla góði maður, segi ég. Þó var það ekkert hjá því þegar þeir komu með stórskip og sögðu að ég ætti þetta og annað væri á leiðinni. (Halldór Kiljan Laxnes, Dúfnaveislan í Sjöstafakverinu, 1964).

Gullfótur

Pappírspeningar voru upphaflega gefnir út af Rotschild sem stofnaði banka í París og London. Bankinn gaf út peninganótu sem ávísaði á gull, sem væri til staðar í bankanum og gæti verið framvísað hvenær sem þess væri óskað.

Peningar með gullfót eru því takmarkað fyrirbæri.

Bankinn græddi á því að gefa út nótuna, sem var ólíklegt að yrði framvísað og í sumum tilfellum eyðilagðist og þá var bankinn ekki skyldugur að borga út gullið.

Bankinn fór að lána peninga með vöxtum sem síðar rýrði verðgildi peningsins, því það var meira til af peningum en gulli.

Gullfóturinn var lagður af fyrst í Bretlandi árið 1931, svo hægt væri að prenta enn meiri pening og þannig fór leikjakerfið á hraðferð sem fyrir okkur hefur endað í íslenskri krónu sem er svona sennilega einn milljónasti af upphaflegu verðmæti seðils Rotshcilds um hina gulltryggðu gíneu.

Óskhyggjan forsendubundin við gærdaginn

Ef við ætlumst til þess að eitthvað verði *gott* inn í framtíðina er um að ræða óskhyggju, sem er skilgreind af fortíðinni og þar af leiðandi byggð á forsendum frá fortíðinni þannig að rétt á að vera réttara og gott á að vera gottara á morgun.

Þannig verður veröldin full af gottlætingum og réttlætingum þar sem viðmiðið frá í gær gleypir alla von um upplýsta sýn á morgundaginn.

Of miklar eignir sumra verður að of miklum skuldum annarra og ójafnvægi myndast.

Óskhyggja skilgreind af reynslu gærdagsins og miðuð við margföldun af henni má ekki blanda saman t.d. við von okkar um morgundaginn.

Það fyrra er forsendubundið einvörðungu við það sem hefur gerst, en hið síðara er æðrulaus von um það sem verða vill og trú á því, um leið og það er viðurkenning á því sem hefur gerst.

Eignir sem ekki byggja á trú og von um framtíðina munu að lokum missa verðgildi sitt.

Ekki hægt að margfalda forsendur fortíðarinnar

Það er ekki hægt að margfalda það sem var og ætlast til að það verði forsenda fyrir framtíðinni.

Peningar eru samfélagsleg afurð eins og fréttir.

Fréttir er blanda af upplýsingum og túlkun þess sem skrifar.

Við höfum alltaf tilhneigingu til þess að lesa þær fréttir sem túlka okkar eigin skoðanir.

Þess fleiri fréttir sem við lesum verður hugmynd okkar um sannleikann smám saman að lygi.

Ýktur upp sannleikur sumra er lygi fyrir öðrum.

Ýkt hugmynd peningahyggjumannsins verður sífellt sjálfhverfari og tekur af öðrum.

Ýkt peningaeign og ýktir vextir ýkja upp skuldsetningu annarra.

Verðbólga er til af því að það er ekki innistæða fyrir allri fortíðinni

Öllum finnst fugl sinn fagur þótt hans sé
skítugur og magur (Íslenskur málsháttur).

Þannig verður misjöfn hugmynd um framlag hvers og eins til hins sameiginlegs peningamagns í umferð.

Hagfræðingar reikna saman illa skilgreinda, skítuga og magra peninga saman við heiðarlega unnin pening.

Stefán Pétursson útgerðarmaður frá Húsavík, afi Katrínar Júlíusdóttur alþingismanns og fyrrverandi ráðherra, sagði að móðir hans hafi í harðindum sínum blandað vatni saman við mjólkina til að drýgja hana.

Börnin hafi svo sem ekki verið vör við þetta nema þegar þau komu á aðra bæi, þar var mjólkin þykkari og bragðmeiri.

Þannig er verðbólgan.

Það eru aðilar að drýgja mjólkina með vatni og um leið möguleikann til að geta notið verðgildi peningsins sem við höfum sannanlega unnið fyrir.

Að lokum drekka allir vatn, það verður nóg fyrir alla, en engin næring.

Verðtryggingin er gullfótur

Verðtrygging er sambærileg við gullfótinn.

Nema nú hafa hlutverkin snúist við.

Lánþeginn tryggir að lánveitandinn fái sambærilegt til baka inn í framtíðina.

Miklir vextir ofan á verðtrygginguna er afstæð hugsun lánveitanda, þvinguð upp á neytandann í ójafnvægi.

Lánveitandinn vill fá margfalda uppskeru til baka, þótt sú margföldun sé innistæðulaus.

Peningahyggjan um jákvæða raunvexti býr til ósanngjarna útkomu fyrir neytandann.

Raunvextir skekkja jafnvægið á milli lánveitenda og neytenda, þess meira sem lánin eru lengri.

Ef 100 manns fá sömu lánveitingu hjá banka til 40 ára með 5% vöxtum þurfa um það bil 40 manns að borga til baka til að lánveitandi fái allt sitt að fullu greitt.

Restin er hagnaður til lánveitanda.

Neytandinn er 16 ár að borga húsið og 24 ár að vinna fyrir vöxtum á verðtryggða láninu, sem er þrælahald.

Kafli 4

Hvað er hvers?

Áætlun er jafnmikill veruleiki hvortheldur hún er framkvæmd eða óframkvæmd.

Ef svo væri ekki mundu járnbrautir, gufuskip og flugvélar hætta störfum og ferðalög leggjast niður. Bændur myndu hætta að sá akra. Þér munduð aldrei standa framar uppúr þessum stóli.

Þegar guði datt í hug að skapa heiminn, þá varð hann til. Afgángurinn er tækni.

Tækni er í rauninni það, þegar efnið leitar til hugmyndarinnar afturábak í tímann.

Þessvegna segir klassískur íslendíngur í ódauðlegri bók: ég gef skít í krónólógíu. (Halldór Kiljan Laxnes, Corda Atlantica í Sjöstafakverinu, 1964).

Það er engin framleiðsla að búa í eigin húsi

Það er engin framleiðsla á bak við það að búa í sínu eigin húsi. Það verður engin þjóðarframleiðsla við það, ekki frekar en að anda eða að hreyfa sig. Eða þá að sitja heima og horfa á sjónvarpið.

Þess vegna er lánveiting til húsnæðis ekki sama eðlis og t.d. lán til framleiðslufyrirtækis eða atvinnulífsins.

Sama má segja með lánveitingar til ríkisins. Það er engin framleiðsla á bak við slíkar lánveitingar. Því eru lánveitingar til almennings til húsnæðiskaupa og til ríkisins í eðli sínu þannig að verðtryggð lán ættu ekki að bera vexti.

Það einungis býr til verðbólgu og eyðileggur verðgildi peningsins að vaxtareikna lán sem er á gullfæti.

Vextir og verðtrygging er eitruð blanda, sem þurrkar upp hagkerfið.

Til að fá fram tvöföldunartíma endurgreiðslunnar er vaxtaprósentunni deilt í 72. Til dæmis tvöfaldast verðtryggt lán með 3,6% vöxtum ef allt væri borgað í einni greiðslu (Kúlulán) eftir 20 ár.

Á bak við liggur engin framleiðsla, aðeins tilfærsla.

Hver ber ábyrgð á rýrnun á uppskerunni?

Í upphafinu ber eigandinn fulla ábyrgð á því að eiga sína uppskeru og gæta hennar.

Geymsla peninga og ábyrgð á þeim verður alltaf kostnaður eiganda.

Eins og fyrr er sagt er peningur samningur úr fortíðinni.

Ég hef unnið einhverja vinnu eða selt einhverja afurð og sit uppi með þann samning sem ég vil koma í verð.

Það er því minn kostnaður að viðhalda þessari eign minni og það er mitt að bera ábyrgð á henni.

Þetta er minn draumur og mín martröð.

Hverjum ber að tryggja?

Trygging fyrir öruggri greiðslu er eðlileg ráðstöfun.

Það er eðlilegt að lánveitandi kaupi sér tryggingu fyrir öruggri greiðslu og þá á ekki að vera að blanda slíku við vexti, enda er um alls endis óskyld atriði að ræða.

Það er alltaf á hendi þess sem lánar að taka ábyrgð á sínum lánveitingum, sérstaklega banki því sá er að pumpa vatni í mjólkina okkar.

Þetta er á okkar ábyrgð

Samfélagið verður að skilgreina upp á nýtt, vel rökstutt, hvernig við viljum sjá framtíðina saman.

Við eigum ekki að láta lánastofnanir og hagsmunaaðila gera það fyrir okkar hönd.

Forsenda þeirra gengur út á það að margfalda allt frá í gær.

Þeir hafa enga samfélagslega sýn á morgundaginn.

Allir slíkir hagsmunaaðilar vinna kerfisbundið á móti krónólógíunni[2]. Þeirra hugmynd er sú eina sanna.

Viljum við samfélag sem gefur skít í krónólógíuna og stór hluti fólks lifir án vonar?

Viljum við samfélag þar sem peningar auðmanna hafa forgang fyrir friðhelgi einkalífsins og heimilisins?

Sættum okkur við að vera réttlaus í samfélaginu?

Viljum við ekki að allir séu jafnir fyrir lögum?

---

[2] Krónólógía er að tímasetja atburði í réttri röð til dæmis með því að gera tímalínu.

Kafli 5

Friðhelgisyfirlýsing

Lesari, þú sem situr á þínu friðhelga heimili
umgirtur menntun og mannúð, mannstu hinar
miklu og stundum sorgarfrjóu sagnir, sem enn þá
lifa í manna minni eftir ár og aldir , og ýmist skína
sólu fegri á sögunnar spöldum eða draga yfir þá
dreyrarbletti þá, sem aldrei eyðast?

Svona byrjar fyrsta sagan í *Sögum herlæknisins* eftir
Zacharias Topelius í þýðingu Matthíasar Jochumsson frá
1904.

Zachariasi var það ljóst, að fólk getur ekki byggt sig upp
fyrir morgundaginn án þess að lifa við friðhelgi á sínu
heimili.

Það var fyrir 140 árum síðan.

Því hvað er líf án vonar?

Friðhelgi

Friðhelgisyfirlýsing er til að gera grein fyrir þeim mun sem er á friðhelgri eign og eign sem er ekki friðhelg. Í stjórnarskránni er tiltekið í 72. grein:

„Eignarrétturinn er friðhelgur. Engan má skylda til að láta af hendi eign sína nema almenningsþörf krefji. Þarf til þess lagafyrirmæli og komi fullt verð fyrir".

Þar kemur einnig fram í 71. grein:

„Allir skulu njóta friðhelgi einkalífs, heimilis og fjölskyldu".

Af hverju friðhelgisyfirlýsingu?

Friðhelgi einkalífsins hefur ekki verið sjálfsagður hlutur.

Friðhelgi er sá staður þar sem við eigum að geta komið til að geta notið griðar og helgrar friðar um aldur og ævi.

Friðhelgi er því griðarstaður sem skapar okkur ró til að geta hugsað um framtíðina, væntingar og vonir okkar.

Án griðarstaðar skapast ekki sú hvíld sem okkur er nauðsynleg til að geta tekist á við framtíðina með eðlilegum hætti.

Friðhelgislaus erum við í áhættu um að fá ekki það rými sem okkur er nauðsynleg til að vera virk í þjóðfélaginu.

Það er bara til einföld friðhelgi

Það er ekki til margskipt friðhelgi. Ekki frekar en margskipt réttlæti.

Friðhelgin er sú sama hvort sem það er friðhelgi heimilisins eða friðhelgi eignarréttarins annars vegar eða friðhelgi Alþingis eða til dæmis friðhelgi sendirráðs. Allt nýtur sömu friðhelginnar.

Þó er sá munur að friðhelgi sendiráðsins byggir á alþjóðlegum samningi, sem gerður er að lögum og er því samkomulag við aðrar þjóðir.

Friðhelgi eignarréttarins og heimilisins er samningur við okkur sjálf og er bundið í stjórnarskrá eins og friðhelgi Alþingis.

Það má aldrei setja í lög neitt það sem tekur af friðhelgi heimilisins eða eignarréttarins, en það má taka af friðhelgi Þingvalla með lögum.

Verðgildi peninga er ekki friðhelg

Peningar eru uppgjör við fortíðina.

Peningaseðill sem ég á í mínum vasa er skilgreint uppgjör af minni vinnu eða af einhverju sem ég hef látið öðrum í té.

Seðillinn er friðhelg eign en verðmæti hans er það ekki af því að það er félagslegt uppgjör við fortíðina.

Ef þetta uppgjör fer forgörðum af því að of margir peningaseðlar hafa verið prentaðir þá fellur verðgildi þeirra.

Þannig er staðan í efnahagslífinu á Íslandi í dag árið 2015 að of mikið fjármagn er í kerfinu.

Í stað þess að taka stöðuna og afskrifa innistæðulausa eignamyndun, var ráðist á fólkið.

Fólkið átti að fylla upp gróðavæntingar peningamanna og vernda þeirra áhættufjárfestingar.

Þar sem allir skara að sinni köku gengur erfiðlega að loka uppgjöri eftir hrun bankanna 2008.

Þjóðfélagið hefur verið pínt til að vinna á móti krónólógíunni síðan þá.

Það verður að fara að lögum

Til þess að pappírar með veði í eignum fólks gildi sem friðhelg eign og verði jafnfætis öðrum friðhelgum eignum verða öll slík verðbréf að vera gerð samkvæmt lögum þar um, sömuleiðis innheimta þeirra eða uppboðsmeðferð.

Lögin tryggja fortíðinni rétt inn í framtíðina, en ekki kröfu fjármagnseigandans eða útreikningum hans, fullyrðingum forráðamanna fjármálastofnanna um efnahagslegan stöðugleika, lögfræðilegum greinargerðum, túlkunum laga, álitsgjöfum í fjölmiðlunum eða öðrum slíkum réttlætingum.

Því með **lögum skal land byggja og ólögum eyða.**

Þess vegna lifa lögin en ekki réttlæting hagsmunaaðila byggð á gróðahugmynd þeirra.

Friðhelgri eign verður ekki rústað með peningakröfunni einni saman

Starfsmenn fjármálastofnana og sýslumanna hafa ekki sýnt skilning á þeim mun sem er á friðhelgu heimili fólks og skuldakröfu sem nýtur ekki friðhelgis nema að eftirfarandi atriði standist:

- Það verður að gæta þess að farið sé fullkomlega eftir lögum við gerð lánasamnings.

- Það verður að gæta þess að það hafi verið farið fullkomlega að lögum við útreikning láns og við innheimtu.

- Útreikningar verðtryggðra lána verða að standast lög um neytendalán númer 121 frá 1994.

- Það verður að sýna fram á það að lánastofnun hafi leitað sátta við innheimtu.

Sýslumenn og opinberir embættismenn hafa ekki staðið með okkur í því að sjá til þess að hinn sjálfsagði réttur okkar til friðhelgis sé virtur.

Brot sem eru gerð í skjóli opinbers stjórnsýsluvalds eru mannréttindabrot

Ef embættismenn til dæmis starfsmenn Umboðsmanns skuldara, sýslumenn, dómarar eða aðrir verja ekki friðhelgi heimilanna og leyfa það að gengið sé að friðhelgum eignum með rangindum og fölsunum, þá eru þessir opinberu sýslunarmenn að fremja mannréttindabrot.

Þetta gildir líka um þá lögmenn sem fyrir fjármálastofnanir vinna, því þeir starfa sem opinberir sýslunarmenn og taka ábyrgð sem slíkir.

Forráðamenn banka sem innheimta skuldir þrotabúa eldri bankanna eru líka undir þetta settir.

Það má ekki taka friðhelgina af fólkinu.

Friðhelgin er forsenda þess að fólkið geti komið heim í sinn frið og átt hvíldarstund, til að geta unnið að sinni sátt og átt sinn svefn í ró.

Það vilja allir friðhelgi heima hjá sér, skuldainnheimtumaðurinn líka.

Friðhelgin er alltaf rétt í tíma og rúmi

Hugmyndin um friðhelgi heimilisins er leiðarljós fyrir samfélagið inn í framtíðina og er því alltaf rétt í krónólógíunni.

Hugmyndin um skuldsetningu fólksins vinnur á móti krónólógíunni og verður að lokum einn lyga- og svikavefur sem hrynur og þarf að gera upp.

Það má ekki blanda skuldauppgjöri þrotabúa bankanna og hugmyndum áhættufjárfestisins um hagnað saman við innheimtu á lánum friðhelgra heimilanna.

Ef aurasálin og sendlum hennar finnst það eðlilegt að rjúfa friðhelgi fólks og eignarrétt þess út af vafasömum skuldum og taka af þeim heimilin með ólögmætum hætti, á þá fólkið rétt á því að bjóða sér heim í stofu til þeirra, af því þau skulda fólkinu skýringar?

Kafli 6

Uppgjör bankanna

„Sjáumst fyrst. Kalli mér hingað kerlinguna fóstru mína, Elli, og fáist Þór við hana ef hann vill. Fellt hefur hún þá menn er mér hafa litist eigi ósterklegri en Þór er." (Snorri Sturluson, Edda).

Með skuldum skal land byggja

Uppgjörið á milli þrotabúanna og nýju bankanna byggðist á hugsun þar sem öllu var snúið á hvolf.

Hugmyndin um fjárhagslega endurskipulagningu fyrirtækja og heimila var ekki byggð á lögum.

Í staðinn var haft að leiðarljósi að: „með peningum skal bankana byggja", sem þýddi að; „með skuldum skyldi land byggja".

Því ekki er hægt að eiga peninga nema annar skuldi þá.

Fortíðarhagsmunir réðu skiptingunni en ekki var hugsað til framtíðar.

Það var í forgangi að skuldsetja fólk, en ekki var hugsað til sáttar, sem er fyrirséð að muni enda illa.

Samræmdar vinnureglur fjármálastofnana hafa snúist um það að skuldsetja sem flesta sem mest og hirða það af öðrum sem gafst og gefa eftir þar sem fólk og fyrirtæki hafði ítök í kerfinu.

Þannig lítur það út fyrir hinum almenna Íslendingi.

Ef lánasöfnin hefðu verið metin með ítrustum vafa um lögmæti

Hvað ef lánasöfnin hefðu verið metin með það í huga að lánin væru mögulega ólögmæt og farið hefði verið fullkomlega að lögum í innheimtu?

Hefði mat á útistandandi lánum orðið lægra?

Hefði innheimtan tekið mið af því?

Af hverju að firra slitabúin því að taka ábyrgð á ólögmætum lánum?

Af hverju voru lán ekki metin að lögmæti og slitabúin látin taka fulla ábyrgð á því að vafinn væri á þeirra ábyrgð?

Í staðinn hefur hver baráttan rekið aðra um lögmæti og það ætlar aldrei að taka enda.

Lýsing greiðir ekki til baka þótt þeir hafi verið dæmdir til þess. Þeir hafa verið dæmdir til að borga, það sem þeir hafa verið dæmdir til að borga.

Af hverju eru Lýsing ennþá með bankaleyfi?

Það er unnið öfugt

Fjármagnseigendur eru að berjast fyrir því að halda uppi fölsku verðmæti peninga með því að handstýra genginu og um leið að ganga að skuldugum eins og enginn sé morgundagurinn.

Lánadrottnar horfa framhjá því að eignir fólks eru friðhelgar, en verðgildi pappíra þeirra er það ekki.

Opinberir starfsmenn, sýslumenn og dómarar sem koma að málum virðast frekar vera á bandi peninganna en friðhelginnar.

Fyrst komu þeir eftir skuldugum bíleigandanum og tækjum fagmannanna.

Síðan eignum húseigandans einum og einum.

Kerfisbundið hafa þeir brotið niður vonir fólks og framtíð, hirt af þeim atvinnutækin og friðhelg heimilin.

Hvað verður næst fyrir slíku ógnarvaldi?

Var fyrir hendi opinbert vald?

Ákvæði greinar 116 í hegningarlögum kveður á, að þeir sem fari með opinbert vald hafi fyrir því skýrar heimildir.

116. gr. Hver, sem tekur sér eitthvert opinbert vald, sem hann ekki hefur, skal sæta sektum eða [fangelsi allt að 1 ári][1] eða, ef miklar sakir eru, fangelsi allt að 2 árum.

Fram hafa komið ásakanir um að ekki hafi verið „skýrar heimildir" fyrir ákvörðunum sem teknar voru við færslu eigna og skulda yfir í hina nýju banka frá slitastjórnum.

Það hefur verið skýrt þannig að fyrir þeim atriðum, sem hafi verið á gráu svæði í framkvæmdinni, hafi verið fengnar heimildir fyrir síðar.

Er það þannig sem stjórnsýslan virkar, framkvæma fyrst, fá heimild fyrir því síðar, ef það er á of gráu svæði og framkvæmdin lítur ekki nógu vel út til að vera sanngjörn?

Er það þannig sem Alþingi á að virka?

Eins og „klassískur Íslendingur" sem gefur skít í krónólógíuna?

FME mögulega í valdþurrð

Bankar og fjármálastofnanir hafa neitað fólki um að sjá frumrit af veðlánum.

Vísað er í heimild FME að lánastofnun þurfi ekki að framvísa frumriti af skuldabréfi.

Þegar veðbréf er stimplað af veðbókinni (*notarii public*) er greitt stimpilgjald.

Stimpilgjald er til að tryggja réttmæta meðferð pappíra.

Veðbókin er sáttmáli á milli allra í samfélaginu, þar með talið ríkisins við þegnana.

Skráning í veðbók er til þess að tryggja að farið sé að lögum og að lánþegi og lánveitandi geti fullkomlega treyst gögnum.

FME hefur ekki boðvald yfir veðbókinni og hvernig veðlán eru meðhöndluð.

Um veðlán gilda sérstök lög númer 75 frá 1997.

Þar er ekki minnst á boðvald FME.

Opinber úrskurður felur í sér opinbera ábyrgð

Innheimtan var færð til bankanna með opinberu valdi.

Það liggja ekki fyrir lagarök um það hvernig það var gert, heldur liggur aðeins fyrir stjórnvaldsákvörðun með tilvísun til opinna heimilda í neyðarlögum sem voru síðan aldrei neyðarlög.

Engum lánasamningi var þinglýst við breytinguna.

Þar með verða innheimtumenn bankanna opinberir sýslunarmenn, þegar verið er að meðhöndla innheimtu lána þrotabúa.

Við það verður innheimtan á ábyrgð hins opinbera.

Ríkið varð eigandi hinna nýju banka

Hinn nýi banki lýtur þeirri kvöð að framkvæma opinbera stjórnvaldsákvörðun og gæta jafnræðis og sanngirnis í úrlausn mála.

Starfsmönnum bankanna ber því að gæta hagsmuna skuldara búanna sem opinberir sýslunarmenn væru.

Því fólkið má ekki skaðast af því að skuldir þeirra voru færðar í hlutafélag.

Starfsfólk hinna nýju banka eru að vinna eftir opinberri stjórnákvörðun og þar af leiðandi á ábyrgð stjórnvaldsins sem ákvörðunina tók.

Sýslumenn fóru og fara enn offari

Sýslumenn og fulltrúar hafa hagað sér með mjög óbilgjörnum hætti og margsinnið fullframið brot á ákvæðum greinar 130 í hegningarlögunum nr. 19/1940.

130. gr. Ef handhafi dómsvalds eða annars opinbers úrskurðarvalds um lögskipti gerist sekur um ranglæti við úrlausn máls eða meðferð þess í því skyni, að niðurstaðan verði ranglát, þá skal hann sæta fangelsi allt að 6 árum.

Sýslumannaembættin hafa staðið fullkomlega með lánveitendum.

Fólkinu hefur verið settir afarkostir og ítrekað borið út úr sínum húsum með rangindum.

Svo er sagt við fólkið: „farðu í mál". Á sama tíma hafa embættin gert skuldaranum erfitt með að sækja rétt sinn og sækja fjárhagsaðstoð.

Er til nokkuð dæmi um það að sýslumaður hafi farið að lögum og vísað frá innheimtu þannig að lánveitandi hafi þurft að fá staðfest lögmæti innheimtunnar fyrir dómi[3]?

---

[3] 13. og 15. gr. laga um nauðungarsölu nr. 91/1990

Sýslumenn hafa brugðist fólkinu

Var það í samræmdum vinnureglum á milli fjármálafyrirtækjanna að haga sér með þeim hætti við innheimtu lána að ekki þurfti að leggja fram frumrit af upprunalegum lánasamningi?

Má bjóða upp heimili fólks með óundirrituðum skjölum sem byggja á rafrænum útreikningi í innheimtukerfi annars aðila máls?

Mörg innheimtan stenst ekki ákvæði greinar 132 í almennum hegningarlögum sem eru þannig:

132. gr. Ef opinber starfsmaður, sem í 130. gr. eða 131. gr. getur, gætir ekki af ásetningi eða stórfelldu gáleysi lögmætra aðferða við meðferð máls eða úrlausn, handtöku, hald, leit, fangelsan eða framkvæmd refsingar, eða við beitingu annarra áþekkra úrræða, þá skal hann sæta sektum eða fangelsi allt að 1 ári, nema brot hans varði þyngri refsingu að lögum.

Hvað myndir þú, sem situr í þína friðhelga heimili ráðleggja skuldugum manninum?

Á hann bara að ganga út af sínu friðhelga heimili og segja við bankann „Fyrirgefðu, ég vissi ekki að ég væri réttlaus í þessu landi."?

Heldur þú að friðhelgin þín haldi ef þú lendir upp á kant við kerfið?

Heldur þú sem situr heima á þínum friðarstól, að friðhelgin gildi og að innheimtuaðferðirnar standist ákvæði greina 134 og 135 í hegningarlögunum sem segja að:

134. gr. Misnoti opinber starfsmaður stöðu sína til þess að neyða mann til að gera eitthvað, þola eitthvað eða láta eitthvað ógert, þá skal hann sæta fangelsi allt að 3 árum.

135. gr. Ef opinber starfsmaður tekur þátt í embættis- eða sýslunarbroti annars opinbers starfsmanns, sem undir hann er gefinn, eða leitast við að koma honum til að fremja slíkt brot, þá skal hann sæta þeirri refsingu, sem við því broti liggur, en þó svo aukinni, að bætt sé við hana allt að helmingi hennar.

Allar lánastofnanir taka þátt í leiknum og fara offörum í samskiptum við fólkið, eins og til að réttlæta það fyrir sjálfum sér og öðrum, að þessi ofstopahegðun þeirra sé eðlileg.

Er friðhelgi heimilisins ekki meira virði en þetta?

Fólk er varnarlaust gegn ofurvaldi fjármagns og ónýtu sýslumannsvaldi.

Þetta eru mannréttindabrot

Hvað með lögmæti innheimtunnar, sem er gerð á ábyrgð hins opinbera eftir að FME hefur úrskurðað að; „með skuldum skal land byggja"?

138. gr. Nú hefur opinber starfsmaður gerst sekur um refsilagabrot með verknaði, sem telja verður misnotkun á stöðu hans, og við því broti er ekki lögð sérstök refsing sem broti í embætti eða sýslan, þá skal hann sæta þeirri refsingu, sem við því broti liggur, en þó svo aukinni, að bætt sé við hana allt að helmingi hennar.

139. gr. Hafi opinber starfsmaður, í öðrum tilfellum en lýst er hér að framan, misnotað stöðu sína sér eða öðrum til ávinnings eða til þess að gera nokkuð það, sem hallar réttindum einstakra manna eða hins opinbera, þá varðar það sektum ...[1] eða fangelsi allt að 2 árum.

140. gr. Opinber starfsmaður, sem synjar eða af ásettu ráði lætur farast fyrir að gera það, sem honum er boðið á löglegan hátt, sæti sektum eða [fangelsi allt að 1 ári].

141. gr. Opinber starfsmaður, sem sekur gerist um stórfellda eða ítrekaða vanrækslu eða hirðuleysi í starfi sínu, skal sæta sektum eða [fangelsi allt að 1 ári].

141. gr. a. Opinber starfsmaður skv. 128., 129., 134., 135., 138., 139., 140. og 141. gr. þessara laga telst sá sem vegna stöðu sinnar eða heimildar í lögum getur tekið eða haft áhrif á ákvarðanir um réttindi og skyldur einstaklinga eða lögaðila eða ráðstafað eða haft áhrif á ráðstöfun opinberra hagsmuna.

Starfsmenn bankanna sem í raun eru opinberir sýslunarmenn hafa misnotað sína stöðu og þverbrotið ákvæði ofantaldra greina, með úrskurð FME að vopni og eru enn að.

Rangur framburður

XV kafli hegningarlaganna nr. 19/1940 fjallar um rangan framburð.

Það hefur ekki vafist fyrir fjármálastofnunum í samskiptum við fólkið stjórnsýsluna eða dómskerfið að skýr satt og rétt frá.

145. gr. [Hafi maður, án þess að brot hans varði við ákvæði 142. gr., gefið opinberu stjórnvaldi ranga yfirlýsingu að viðlögðum drengskap eða á annan samsvarandi hátt, þar sem slík aðferð er boðin eða heimiluð, þá varðar það sektum eða [fangelsi allt að 1 ári],[1] en fangelsi allt að 2 árum, ef sök er stórfelld.][2]

Það hafa verið settar fram efasemdir um málflutning starfsmanna banka í dómssal þegar verið var að fjalla um verðtryggð og gengistryggð lán.

Er víst að forráðamenn banka hafi gefið almenningi réttar upplýsingar, þegar þeir voru að fá fólk til að fjárfesta í pappírum bankanna?

Eða þegar verið var að fá fólk til að skuldsetja sig með gjaldeyrislánum og verðtryggðum lánum, sem þá voru þegar orðnar hæpnar skuldsetningar?

Hafa yfirvöld og dómsvöld verið blekkt?

Það er ekki heldur víst að forráðamenn banka hafi gefið opinberum stjórnvöldum réttar upplýsingar um málefni bankanna í aðdraganda hrunsins, eins og hefur verið fjallað um í rannsóknarskýrslum Alþingis og kemur t.d. fram í dómi Hæstaréttar í Al Thani málinu.

146. gr. Ef maður að öðru leyti gefur opinberu stjórnvaldi ranga yfirlýsingu um málefni, sem honum er skylt að gefa upplýsingar um, þá skal hann sæta sektum ...[1] eða fangelsi allt að 4 mánuðum. Ákvæði 1. mgr. 143. gr. koma hér til greina eftir því, sem við á.

Það hefur verið fullyrt af mörgum, að fjármálakerfið muni hrynja, ef þessi eða hinn dómurinn falli svona eða hinsegin.

Svo fellur dómur og þá er alltaf sagt að þetta hafi nú ekki nein áhrif á afkomu bankans, þeir hafi nú alltaf gert ráð fyrir þessu tapi.

Hafa yfirvöld og dómsvöld verið blekkt af fjármálastofnunum?

Skyldi allur hagnaður bankanna af uppfærslu krafna hafa komið til, með velvilja dómara í vafasömum innheimtumálum, þar sem dómurinn var mögulega blekktur?

Skipulögð brotastarfsemi

Mögulega var sammælst um hluti sem hugsanlega voru refsiverðir, þegar skuldir fólksins voru færðar inn í nýja banka og í framhaldi af því hvernig innheimtuaðferðum hefur verið beitt.

175. gr. a. Sá er sammælist við annan mann um að fremja verknað sem varðar að minnsta kosti 4 ára fangelsi og framkvæmd hans er liður í starfsemi skipulagðra brotasamtaka skal sæta fangelsi allt að 4 árum, nema brot hans varði þyngri refsingu samkvæmt öðrum ákvæðum laga þessara eða öðrum lögum.
Með skipulögðum brotasamtökum er átt við félagsskap þriggja eða fleiri manna sem hefur það að meginmarkmiði, beint eða óbeint í ávinningsskyni, að fremja með skipulegum hætti refsiverðan verknað sem varðar að minnsta kosti 4 ára fangelsi, eða þegar verulegur þáttur í starfseminni felst í því að fremja slíkan verknað.

Margir hafa komið að málum, þar sem með skipulögðum hætti var haft að meginmarkmiði, bæði beint og óbeint í ávinningsskyni, að fremja refsiverða verknaði gegn almenningi í landinu.

Fyrir dómi eru mál um markaðsmisnotkun í bönkunum og fleiri mættu vera þar. Á sama tíma eru sömu aðilar innheimtumegin og sækja að fólki með harðindum og óbilgirni, hirða af þeim eigur og gera fólk gjaldþrota. Nú eru haldnar ráðstefnur um „samfélagslega ábyrgð" og þar mæta hinir siðspilltu sem ræðumenn.

Þriðja hvert heimili í fjárhagslegum erfiðleikum

Ofurfjármagnið hefur háð sitt stríð við almenning, án þess að segja okkur frá.

Það er barist á útidyraþröskuldinum hjá þriðjunginum af þjóðinni, fólks sem einhvern tímann fór í einfeldni sinni inn í lánastofnun.

Það var samfélagsleg skylda að sjá til þess að samfélagið væri í jafnvægi eftir hrun uppgjörið, en ekki að 100.000, já eitt hundrað þúsund manns, væru á götunni með ónýta kennitölu.

Stjórnvöld og dómskerfið hefur verið misnotað í stríði fjármagnsins gegn samfélaginu.

Kafli 7

Verðtryggingin er ólögleg

Já það var mikið slys hjá mannskepnunni þegar hún
fór að mynda orð: - - í staðinn fyrir að syngja. Þegar
mannskepnan sagði fyrsta orðið einhverntíma í
fyrndinni, þá byrjaði lygin. (Halldór Kiljan Laxnes,
Fugl á garðstaurnum í Sjöstafakverinu, 1964).

Verðtrygging var skynsamt fyrirbæri, en svikið

Fljótt tóku lánastofnanir, sérstaklega lífeyrissjóðir, við
að búa til svikamyllu til að nýta sér þá frumþörf fólksins
að skapa heimili sínu þak yfir höfuðið og hlúa að sinni
friðhelgi.

Þessi þörf var nýtt til þess að láta fólk borga tvöfalt sitt
hús og leggja lánveitingar til þeirra til jafns við
áhættufjárfestingu hlutafélaga.

Það er friðhelgisbrot að þvinga fólk til að borga vexti
ofan á verðbættan lánssamning til að komast í eigið
húsnæði.

Lög og reglur gæta sameiginlegra hagsmuna

Lög og reglur þurfa að gæta sameiginlegra hagsmuna aðila samnings.

Þetta á sérstaklega við ef það hallar á almenning.

Í 1. málsgrein 6. greinar tilskipunar 93/13/EBE um óréttmáta samningsskilmála segir:

„Aðildarríkin skulu mæla svo fyrir um að óréttmætir skilmálar í samning seljanda og veitanda við neytenda sé ekki samkvæmt landslögum þeirra bindandi fyrir neytandann og samningurinn verði áfram bindandi fyrir samningsaðila ef hann getur haldið gildi sínu að öðru leyti án óréttmætu skilmálanna.

Fólk á ekki að taka á sig óréttmæta samningsskilmála.

Það er óréttmætt að fólk borgi húsið sitt tvöfalt að raunvirði.

Vandi Íbúðalánasjóðs er einhliða sett á lánþegann

Ríkið hefur sett milljarðatugi í Íbúðalánasjóð.

Lánadrottnar sjóðsins hafa ekki tekið á sig neina skerðingu, heldur fá þeir borgaðar afborganir og vaxtagreiðslur með gjaldeyri.

Ríkið skattleggur enn frekar, sem hækkar verðlag og afborganir og vexti lána.

Útborganir í gjaldeyri hækkar verðlagið enn frekar.

Lánþegar og almenningur borga og borga og borga.

Það má ekki velta uppgjörinu yfir á þegna landsins með skattlagningu, nema að setja Íbúðalánasjóð á hausinn og gera upp sjóðinn.

Þrotabú bankanna eru m.a. ábyrg fyrir tapi Íbúðalánasjóðs þar sem verðbætur rjúka upp, því verðlagsforsendur brugðust vegna áhættustarfsemi bankanna.

Aðeins eftir að slíkt gjaldþrot er gert upp eftir einhver ár getur komið til greina að fólkið taki ábyrgð á rekstrinum.

Á meðan er ekki hægt að verðtryggja og vaxtareikna þrotabú sjóðsins.

Óréttmætir samningsskilmálar

Í 3. gr. tilskipunar 93/13/EBE um óréttmæta samningsskilmála segir:

„Samningsskilmáli sem hefur ekki verið samið um sérstaklega telst óréttmætur ef hann, þrátt fyrir skilyrðið um „góða trú", veldur umtalsverðu ójafnvægi réttinda og skyldna samningsaðila samkvæmt samningnum, neytanda til tjóns."

Neytendur hafa orðið fyrir afskaplega miklu ójafnvægi vegna hruns bankanna og þeirrar svikamyllu sem þeir höfðu byggt upp.

Neytendur báru ekki ábyrgð á því áfalli og þeim ber ekki að borga aukin lánskostnað sem beint má rekja til ólögmætrar starfsemi bankanna.

Það er ekki gert ráð fyrir því í lögum að vextir verðbætist

Lög um vexti og verðtrygginu frá 2001 gera ekki ráð fyrir því að vaxtagreiðslur verðbætist. Aðeins er heimilt samkvæmt 14 gr. laganna að verðtryggja sparifé og lánsfé.

Reglur Seðlabankans gera það aftur á móti og standast reglurnar ekki ákvæði laganna.

Lögin gera ráð fyrir því að ef verðlag hækkar þá hækki höfuðstóll og afborganir, sem er hausverkur þess sem skuldar.

Um leið gera lögin ráð fyrir því að vaxtagreiðslurnar haldi ekki verðgildi, sem er vandamál lánveitandans.

Það ætti að vera í hag beggja að halda verðbólgu í skefjum.

En svo er ekki með núverandi reglum Seðlabankans.

Hvað gefur Seðlabankanum vald til að setja reglur sem eru í veigamiklum atriðum á svig við ákvæði laga?

Ábyrgðinni er alfarið velt á skuldarann, en lánveitandinn sem veldur verðbólgunni er ábyrgðarlaus.

Lánastofnanir höfðu áhrif á vísitöluna

Í c. lið viðauka tilskipunarinnar 93/13/EBE kemur fram að ákvæði **gildi ekki um** „viðskipti með framseljanleg verðbréf, fjármálapappíra og aðrar vörur eða þjónustu ef verðið er bundið breytingum á vísitölu, markaðsverði verðbréfa eða vöxtum á fjármagnsmarkaði sem seljandinn eða **veitandinn hefur ekki áhrif á**".

Dómar yfir stjórnendum bankanna sýna áhrif lánveitenda og mátt þeirra.

Lánveitendur höfðu áhrif á hvernig vísitalan þróaðist í framhaldinu.

Dómurum ætti að vera ljóst að starfsmenn og forráðamenn lánastofnana höguðu sér með óábyrgum hætti.

Lán voru tryggð með gengi erlendra gjaldmiðla, þótt enginn gjaldeyrir væri í bankanum, þar sem eigendur tæmdu bankana af gjaldeyri í eigin þágu.

Þeir voru í raun að mola niður hagkerfið okkar.

Unga fólkið á ekki að borga það verðtryggt í húsnæðisláninu sínu með þeirri stökkbreytingu sem varð vegna hruns á genginu.

Bankarnir eru að fara úr landi með gjaldeyri

Nú hefur komið í ljós að ábyrgðarlausar lánastofnanirnar hafa svikið lánþega á meðan gjaldeyrishöft standa yfir.

Íslandsbanki og Arion banki hafa lánað gjaldeyri í milljarðavís til áhættufjárfestinga í Noregi. Til að skapa störf þar og í Tyrklandi.

Íslendingar sem hafa unnið fyrir þessum gjaldeyri og skilað inn í bankana í gjaldeyrishöftum verða fyrir bragðið að borga hærra bensínverð og þeir sem skulda þurfa að borga hærri afborganir og vexti af lánum.

Greiðsluþrota Landsbankinn hefur hamstrað gjaldeyri til að borga erlendum kröfuhöfum fram fyrir almenning.

Það hefur haldið krónunni niðri og verðlaginu uppi.

Bankarnir hækka bæði afborganir og vexti, því þeir bera ekki ábyrgð á því að halda verðbólgunni í skefjum frekar en aðrar lánastofnanir.

Eftir því sem þeir taka meira af gjaldeyri undan, þess meira geta þeir hækkað afborganir lána og vexti á þá sem skulda. Ábyrgðinni er velt á lántakann, bankinn græðir tvöfalt.

Lífeyrissjóðirnir fara fram á það að svíkja fólkið

Lífeyrissjóðirnir telja að það sé forgangsmál að fjárfesta erlendis og þannig halda verðbólgunni við með því að halda gengi krónunnar niðri.

Auðvitað er það gott fyrir lífeyrissjóðinn, en þetta góðlæti er allt á kostnað almennings.

Enda ber ekki lífeyrissjóðurinn ábyrgð, heldur er almenningur þvingaður til þess með verðtryggingu á sínum lánum með okurvöxtum.

Lífeyrissjóðurinn vill ekki lána til húsnæðiskaupa með sanngjörnum hætti til sjóðsfélaga.

Þegar uppi er staðið er það þó lánveiting til sjóðsfélaga það sem hefur haldið ávöxtun sjóðanna uppi.

Seðlabankinn hefur haldið uppi verðbólgu

Seðlabankinn hefur haldið uppi háum vöxtum þegar stýrivextir almennt í nágrannalöndum okkar hafa verið í kringum núllið.

Þessir vextir hafa bara búið til enn frekari verðbólgu, því það er engin framleiðsla þar á bak við.

Ofurfjármagnið er þanið upp og lánveitendur borga og borga.

Verðbólgumarkmið Seðlabankans er 2,5% á ári

Það þýðir að verðgildi 1000 króna seðils verður sambærilegt og 500 króna seðilsins eftir nákvæmlega 29 ár.

Það er að segja ef Seðlabankanum tekst að halda verðbólgu innan marka.

Til þess að verðbólgumarkmiðum verði nú örugglega náð er Seðlabankinn með okurvexti á innlánsvöxtum til þess að búa til meiri pening sem ekki er innistæða fyrir.

2,5% verðbólgumarkmið er ígildi vaxta

Þar sem eigandi peningsins þarf að koma sínum pening áfram til framtíðar er það í hag peningaeigandans að fá greitt fulla verðtryggingu.

Annars myndi verðgildi peningsins rýrna um 2,5% á ári miðað við verðbólguvæntingar Seðlabankans..

Þannig eru 2,5% raunvextir innifaldir í fullum verðbótum.

Lánveitendur telja það réttlætanlegt að fá greidda jákvæða raunvexti t.d. á íbúðarlánum.

Ég spyr hvað er þá ranglætið í því fyrir skuldarann?

Þannig eru verðtryggð íbúðarlán með allt að 5% vöxtum möguleg friðhelgisbrot?

Of háir vextir leiða til ábyrgðalausra útlána

Sem dæmi að aðeins u.þ.b. 40% lánþega þarf að borga húsnæðislán með 5% raunvöxtum til að lánveitandi fái allt tilbaka, jafnvel þótt allt hitt sé ekki borgað.

Restin er hagnaður lánveitanda.

Lánadrottnar forgangssettir

Allt þetta hefur forgangssett óábyrgan lánadrottinn, en sett byrðarnar margfalt á skuldarann.

Dæmin sýna að lánastofnanir hafa áhrif á þróun vísitölunnar, en skuldarinn hefur það ekki og er því markaðsmisnotkun sem fólkið á ekki að bera.

Lánastofnanir hafa með skipulögðum hætti haldið verðlagi uppi og þar með afborgunum lána og þar með stenst verðtrygging ekki skilmála um tilskipunar 93/13/EBE um óréttmæta samningsskilmála.

Ég er þess fullviss að forstöðumenn lánastofnana og þrotabúa bankanna telji að þeir séu að verja sína hagsmuni, en framferði þeirra skaðar hagsmuni almennings.

Lánastofnanir og slitastjórnir sýna siðlausa og óábyrga hegðun og bjóða fólki upp á svikinn samning.

Eins og klassískir íslendingar berjast þeir einlæglega gegn krónólógíunni og misnota til þess fjölmiðla, sýslumenn, dómskerfið og stjórnsýsluna til að stýra aðstæðum, fyrir þeirra söfnunaráráttu.

Halda uppi leiguverði og mynda bólu á eignamarkaði sem fer í vísitöluna

Markaðsmisnotkun lánastofnana kemur ekki bara niður á þeim sem skulda í sínum húsum.

Leiguverð á markaði hefur verið magnað upp.

Lífeyrissjóðir taka þátt í því að mynda eignabólu á húsnæði og veðja gegn sínum eigin sjóðsfélögum, sem eru þvingaðir með lögum að borga í sjóðina.

Lífeyrissjóðirnir eru að kaupa íbúðir út um allan bæ.

Lánastofnanir vinna kerfisbundið að því að koma fólkinu í friðhelgislausa stöðu.

Það þarf ansi mikla siðblindu til að skilja þetta ekki.

Mannréttindabrot fyrnast ekki

Það eru mörg rök fyrir því að dæma verðbætur ólögmætar.

Almenningur á rétt á því að geta slitið sig frá óréttmætum kröfum og sviknum samningum.

Þörfin fyrir leiðréttingu á skuldastöðu heimila er aðeins brot af þeim skaða sem lánastofnanir og erlendir fjárfestar hafa valdið almenningi og það verður að laga.

Sú óábyrga hegðun sem hefur komið í ljós hjá starfsmönnum lánastofnana er á persónulegri ábyrgð stjórnenda og viðkomandi starfsmanna.

Hegningarlagabrot opinberra aðila fyrnast ekki, heldur eru þetta mannréttindarbrot sem munu lifa lengur en mennirnir sjálfir sem þau framkvæmdu.

Mögulega þarf að fara með stóran hluta þessara mála að lokum til Alþjóða Glæpadómstólsins í Haag því það er nær vonlaust að fólk fái sinn rétt í dómskerfi sem er skipað af og vinnur í anda stjórnsýslunnar.

Stjórnvöld verða að bregðast við og sjá til þess að viðkomandi aðilar bæti almenningi skaðann.

Fólkið á rétt á því að fá sinn skaða viðurkenndan.

Verðum að fá erlenda og óháða dómara til þess að skoða öll málin í heildrænu samhengi

Þar sem margir dómarnir eru misvísandi og ekki er hægt að treysta fjármálastofnunum.

Mögulega voru dómendur blekktir.

Fjármálastofnanir tóku lögin og dóminn í gíslingu með gegndarlausum áróðri og hverju var ekki beitt?

Mögulega voru lánin aldrei gjaldeyrislán, af því bankar voru ekki að lána gjaldeyri, heldur voru bankar að búa til skuld sem var reiknuð út frá gengi gjaldeyris og þá þóttist bankinn í framhaldinu eiga gjaldeyri í lánabókinni, sem var fölsun á staðreyndum.

Mörg þeirra dómsmála sem hafa verið rekin um lögmæti gengistryggingar og verðtryggingar voru rekin á fölskum forsendum og ætti að taka fyrir öll lánamál með heildrænum hætti.

Eftir að staðreyndir mála hafa verið að koma í ljós að þá er eðlilegt að endurskoða öll málin með óháðum dómurum jafnvel erlendum, skipuðum af Alþingi sem fara yfir dómana og jafnvel þeir dæmdir upp á nýtt.

Enginn vill taka ábyrgð

Seðlabankinn getur ekki borgað jákvæða raunvexti.

Seðlabankinn fer gegn krónólógíunni og ætlar að fixa fortíðina og fegra uppgjörið.

Seðlabankinn framleiðir ekki neitt þannig að vaxtagreiðslur til sumra eru aðeins mögulegar með því að þynna mjólkina fyrir alla.

Þeir vilja að fólk axli eins mikið og mögulegt er, því fólkið á að axla ábyrgð á braskinu.

Það ætlar að verða vonlaust að draga þá til ábyrgðar sem eiga að bera ábyrgð á hruninu.

Staða Seðlabankans væri ekki verri þótt allar fjárhirslur bankans væru stakkaðar upp af gömlum Fréttablöðum og þar fyrir innan af enn eldri Morgunblöðum.

Það er nauðsynlegt fyrir efnahagslífið að dæma verðtrygginguna ólögmæta

Það verður að gera slitastjórnir ábyrgar fyrir tapi Íbúðarlánasjóðs og láta þær ekki komast frá því máli nema að bæta þann skaða sem bankarnir ollu.

Dómur yfir Kaupþingsmönnum í AlThani málinu sem dæmi sýnir að verðfall íslensku krónunnar varð stærra en þyrfti og þar af leiðandi hafði hegðun þeirra áhrif á markaðinn.

Það sýndi sig að stjórnendur Kaupþings voru í lokin að millifæra gjaldeyri úr landi í þeirra eigin þágu.

Gerði það því gengisfallið verra og meira, ekki síst eftir að þeim var lánaður obbinn af gjaldeyrisvarasjóði landsins, sem var líka millifært til annarra landa.

Þeir blekktu stöðuna og lýstu henni betri en hún raunverulega var. Þeir vissu betur og gerðu sér grein fyrir því hvað staðan var slæm. Það sýna gögn málsins.

Forráðamenn lánastofnana blekktu stjórnvöld.

Fyrir þetta verða slitabúin að bæta.

Kafli 8

Gjaldeyrishöftin

Allir eru jafnir, en sumir eru jafnari en aðrir.
(George Orwell. 1945. Dýrabær).

Of mikið af fortíð

Gjaldeyrishöftin eru til staðar af því að það var og er enn of mikil fortíð í sameiginlegum peningalegum eignum í krónum.

Það var of mikið af peningum sem ekki var innistæða fyrir. Það var og er enn of mikið af vatni í mjólkinni.

Það er ekki verið að hugsa um hag almennings. Það átti að finna leið til að láta almenning borga þessa peninga.

Það hafa komið fram ásakanir um að auðgunarbrot í þágu slitastjórna hafi verið fullframið.

Slíkar ásakanir verður að taka alvarlega og rannsaka.

Forráðamenn slitastjórna verða að taka ábyrgð á ólögmætum starfsháttum í starfi fyrirtækjanna sem voru gerðir í þeirra þágu.

Fjármagnseigendur viðurkenna ekki sannleikann

Það er ljóst að fjármálastofnanir, lífeyrissjóðir, eigendur jöklabréfa og eigendur þrotabúa bankana hafa verið með skipulega aðför að fólkinu.

Þeir berjast fyrir sinni hugmynd um peningaeign sem í raun er innistæðulaus að stórum hluta.

Þetta var þeirra Matador og þeir töpuðu árið 2008.

Almenningur á Íslandi spilaði ekki þennan Matador og á ekki að borga með auknum álögum og stökkbreyttum lánum.

Þeir vilja láta galopna og láta flæða út.

Verðbólgumarkmið Seðlabankans til 29 ára á að framkvæma á 29 mínútum.

Allir eiga að borga það sem þeir fá lánað en ekki að taka á sig auknar skuldbindingar vegna þess misferlis sem fór fram innan bankanna fyrir hrun og eftir.

Lehman Brothers bankinn gerður upp í USD

Lehman Brothers bankinn fór á hausinn árið 2008 á sama tíma og íslensku bankarnir fóru yfir.

Þegar Lehman Brothers bankinn var gerður upp í Bandaríkjunum þá var bankinn gerður upp í bandarískum dollurum.

Engum datt í hug að þrotabúið myndi borga út í evrum eða pundum.

Hvað er öðru vísi hér?

Slitastjórnir eiga að skila inn öllum gjaldeyri

Það eru gjaldeyrishöft og allir eiga að skila inn sínum gjaldeyri.

Slitastjórnir eiga að borga út í íslenskum krónum og skila inn þeim gjaldeyri sem þeir hafa yfir höndum.

Slitastjórnir eru ekki yfir aðra hafnar í gjaldeyrishöftum.

Slitastjórnir telja sig hafa forgang fram fyrir almenning

Slitastjórnir og bankarnir hafa komið fram með þeim hætti að þeir telji það forgangsverkefni sitt að þurrmjólkja hagkerfið.

Fyrirtæki hafa verið seld úr landi.

Ofurvextir hafa þurrausið fyrirtæki og almenning.

Ólögmæt lán innheimt eins og þau væru af gulli gerð.

Hagvöxturinn er fyrst og fremst í þágu fjármálafyrirtækjanna og fólkið fær eitthvað smá ef það er afgangur.

Kafli 9

Tryggingar á ábyrgð lánveitanda

Stríð er friður, frelsi er þrældómur, þekkingarleysi
er kraftur. (George Orwell. 1945. Dýrabær)

Lánveitandi verður að taka ábyrgð á lánveitingum

Ábyrgðarlaus lánastarfssemi veður uppi.

Það er hamast í börnum með smálánum.

Heimild á krítarkortinu keyrð í botn.

Yfirdráttur er að meðaltali á þriðju milljón króna hjá
helmingi heimila, sem eru háð þessu okurláni.

Sveitarfélögin og ríkið eru skuldsett upp í rjáfur, síðan er
vilji til að fara í ESB til að bera ábyrgð á þeirra lánum og
borga þeirra vexti líka.

Bankar geta ekki tekið veð í fólkinu sjálfu

Lánveitendur geta ekki tekið veð í friðhelgi fólks.
Það gengur ekki að lánastofnun taki veð í fólkinu sjálfu.

Við slíkar aðstæður er verið að skilgreina einstaklinginn sem hlutafélag þar sem gildir takmörkuð ábyrgð eigenda á félaginu.

Það er verið að taka tryggingarálag en ekki að veita trygginguna

Í dag er lánastofnun að taka tryggingargjald í raun, en veita ekki tryggingu og starfa ekki sem tryggingarfélag.

Bankinn er að lána meira en hann á og er því að taka áhættu með samfélagslega sameign.

Ef bankar lána of mikið veldur það verðþenslu og rýrir verðmæti peninga og launa fólks. Sá sem lánar verður að sýna ábyrgð við lánveitingu.

Ef lánið fellur verður tryggingin að borga upp lánið. Þannig virka tryggingar. En þannig virka bankar ekki í dag.

Að byggja hús yfir fólk og fjölskyldur er samfélagsleg ábyrgð

Í sumum eldri samfélögum lögðust allir á eitt með nágrannanum til að koma yfir hann þaki. Það á við á stöku stað í dag líka og mætti vera víðar.

Við viljum fólkið virkt og ábyrgt í samfélaginu.

Þá verður að sjá til þess að íbúðarlán, ef þau eru verðtryggð, séu vaxtalaus.

Því það endurspeglar staðreyndir málsins best.

Það stendur engin framleiðsla á bak við sem réttlætir vaxtatöku af verðtryggðu láni til húsnæðiskaupa.

Friðhelgi heimilisins verður að hafa forgang.

Friðhelgi heimilisins er ekki til að okra á. Lífeyrissjóðurinn ætti að geta lánað sínum aðildarfélögum án þess að taka vexti ofan á vísitöluna, sérstaklega þar sem það ríkir ákveðið traust á milli aðila.

Því er það meint friðhelgisbrot að taka vexti ofan á verðtryggt húsnæðislán.

Friðhelgin er ekki ávöxtunarleið fyrir áhættufjárfestirinn til að þrælabinda ungt fólk.

Veðið alltaf skýrt skilgreint

Ávallt þarf að vera ljóst hvað verið er að lána fyrir og hvað lánið stendur fyrir.

Einstaklingslán þar sem ekki neitt veð stendur á bak við er einföld skuld.

Um slík lán gilda lög um neytendalán númer 121/93.

Lyklalög eru eðlileg

Ef veðið er skýrt skilgreint er eðlilegt að hafa lyklalög.

Lyklalög ættu að vera sjálfsögð á íbúðalánum, bílalánum og öllum kaupalánum.

Þetta er samningur á ábyrgð lánveitanda.

Það eru jú lánveitendur sem bera ábyrgð á því að mjólkin sé ekki þynnt út.

Lánþegi má því eðlilega alltaf skila eigninni gegn því að skuldin sé strikuð út.

Kafli 10

Staðreyndirnar fara ekki

Illa þikir þeim kaupmanni fara og óviturlega sem veit eigi hag sinn og verður að sjá alt með annara augum. Þarf og eigi neinum að kenna, hvern dóm skal á leggja, er menn gæta eigi eigna sinna og láta ónotað gott færi til að auka þær. Þó mun það jafnan verða talið til hins versta ódugnaðar, er húsbóndinn kemur hvergi nærri og lætur hjúin einráð, þegar mest ríður á. Er þá annaðhvort að hann vill láta þau bera ábirgðina, ef illa fer, eða hann er svo athugalaus, að hann lætur aðra binda sér þær birðar, er hann síst vildi bera. (Bjarni frá Vogi, 1908. Ræða frá 1906, Þjóðin og þingrofið. *Ekki veldur sá er varar.*

Virðing fyrir öðru fólki er engin

Peningafrjálshyggjufólk vill hafa frelsi til orða og athafna, en bera enga virðingu fyrir öðru fólki og þeim skaða sem þeir valda með sinni óábyrgu lánastarfsemi. Þeir telja það sé eðlilegt að geta tekið þá vexti sem þeir komast upp með að taka og fólk viðurkennir að borga.

Meginhugmyndin hlýtur samt að vera sú að einstaklingurinn sé grunneiningin í slíku samfélagi. Hann verður ekki til fyrir samfélagið, heldur verður samfélagið til vegna hans og annarra einstaklinga sem þar er að finna. Hlutverk þess getur aldrei orðið að drottna yfir honum. Það hefur miklu fremur því hlutverki að gegna að vernda réttindi hans fyrir ásókn annarra. (Jón Steinar Gunnlaugsson, 2014. Í krafti sannfæringar.)

Ráðandi aðilar sammælast um að lána fólki ekki nema með 4 til 5% raunvöxtum, en þá á fólkið enga aðra möguleika til að koma þaki yfir höfuðið.

Þeir gera út á réttlausan og friðhelgislausan almenning eins og útgerðarmenn gera út á kvóta.

Opinberir aðilar vernda ekki rétt fólks.

Þetta er ekki eðlilegt starfsumhverfi fyrir starfsfólk lánastofnana

Það gengur ekki upp að starfsmenn lánastofnana séu meira eða minna látnir starfa sem lögbrjótar.

Það verður að finna eðlilegar leiðir fyrir starfsmenn bankanna að koma fram og tjá sig ef það er ætlast til þess að þau brjóti lög í starfi.

Forráðamenn lánastofnana verða að fara að viðurkenna að það eru í gildi lög um þeirra starfssemi.

En ég er óhultur. Þau voru á neyslufylleríi.

Telur þú þig óhultan og að málefni skuldaranna komi þér ekki við?

Selur þú þér það að allt þetta fólk hafi nú verið á eyðslufyllerí, eins og þessi eða hinn sem þér hefur verið sagt frá, eða þú veist um sjálfur af eigin reynslu?

Telur þú að annar hver Íslendingur hafi verið á þessu mikla eyðslufyllerí og eigi það nú bara skilið að vera einstaklingur án þjóðernis á Íslandi það sem eftir er ævinnar?

Gætir þú fullyrt það yfir fólkinu sem situr með þér í kaffistofunni: „að þriðja hvert ykkar var á neyslufylleríi fyrir hrun og þið eigið það skilið að missa húsið ykkar, enda eruð þið réttlaus?"

Hinn réttlausi þegir, á ekki rétt á því að vera með í umræðunni.

Það skilur hvort eð er enginn hans stöðu.

Það er eins og hann sitji ekki þennan kaffitíma.

Setur þú þig inn í aðstæður þess réttlausa?

Viðskiptabrask bankanna er peningaprentun

Það á í raun allt að vera opið eins og í Kauphöllinni með innlán og útlán bankanna.

Lánveiting með raunvöxtum er margföldun á einhverju sem skapar ójafnvægi í hagkerfið.

Bönkunum leyfist að uppreikna útlán og margfalda skuldir hjá fólki. Það þýðir sjálfvirka prentun á peningum sem þynnir verðgildi krónunnar fyrir okkur hinum.

Lánveitingar bankanna er margföldun á fortíðargildi og gengur þar með gegn krónólógíunni.

Margfaldur hagnaður bankanna verður þrælabinding fólksins.

Þess vegna verður að sjá til þess að innlán og útlán séu sýnileg.

Friðhelgi nær ekki til banka

Friðhelgi á bankaviðskiptum er ekki skilgreind í stjórnarskrá.

Friðhelgi heimila er eðlileg, en ekki fjármálabrasks bankanna.

Lánveitingar þeirra til einstklinga og fyrirtækja eiga að vera opinberar upplýsingar, því lánveitingin byggir á samfélagslegri eign okkar sem hagkerfið okkar er.

Alveg á sama hátt og fiskurinn í sjónum er eign almennings.

Hagkerfið er ekki einkamál lánastofnana, til að spila upp sitt eigið fé.

Það er að vísu hægt að fá uppgefið úr veðmálabók, hve mikið húseignir eru veðsettar, en mögulega ætti að opna enn frekar upplýsingar um lánveitingar banka.

LÍN lánin eru friðhelgisbrot

Námslán er samfélagsleg aðstoð til að fólk geti lært og orðið virkir samfélagsþegnar.

Lánin eru verðtryggð með 2% raunvöxtum.

Fólk er því að borga lánið til baka með 50% álagi.

Þetta er samfélagsleg aðstoð sem þarf að borga til baka með 50% álagi.

Ef lánasjóðurinn lánar 300 manns sömu upphæð þá er sjóðurinn búinn að fá allt sitt til baka þegar 200 manns hafa gert upp sitt lán á réttum tíma.

Restin er hagnaður til lánasjóðsins.

Það er engin raunframleiðsla þar á bak við.

Vaxtaálagið er því þrælabinding og friðhelgisbrot.

Ábyrg stjórn á peningamálum

Ábyrg stjórn á peningamálum þarf að taka á vímu-áhrifum lánveitinga.

- Það verður að viðurkenna staðreyndir eins og þær birtast fólki.

- Það þarf að fræða fólk og upplýsa.

- Það verður að kenna aðilum að taka ábyrgð á markaði.

- Það má ekki verðlauna óábyrga lánveitingar, né óábyrga innheimtu.

- Veðsetningar nái aðeins til þess sem lánið er veitt.

- Reglur verða að vera skýrar.

- Það verður að fara að lögum.

- Það verður að taka fast á öllum frávikum í hegðun.

Bara eins og annað uppeldi.

Það verður að horfast í augu við sannleikann

Réttlætingar peningamanna er ranglæti annarra.

Uppspilaðar eignir þeirra eru skuldir annarra, það sem er gott fyrir þá er vont fyrir aðra og það sem er þeirra sannleikur verður lygin ein fyrir alla að lokum.

Leikurinn er að ganga sér til húðar.

Almenningur er að festast í skuldafeni.

Þegar menn hætta að stjórna sannleikanum verða þeir frjálsir.

Og framtíðin mun opnast fyrir þeim.

Þjóðfélagið verður að taka á óráðsíunni í lánamálum og fara að dæma að lögum.

Mögulega verðum við að sækja til erlenda dómara því dómskerfið er ekki að höndla dóma í fjármálum.

Lífeyrissjóðsaðild verður að vera frjáls

Þegar fólk fær að skipta við lífeyrissjóð sem vill standa með fólkinu myndi fólki flykkjast frá gömlu sjóðunum í þá sjóði sem myndu vinna með hag fólksins í huga.

Gömlu sjóðirnir eru að gera sig að úreldu fyrirbæri.

Hagsmunir sjóðanna hafa verið settir gegn hagsmunum almennings.

Stjórnendurnir eru sjúkir af fíkn í peninga og völd.

Þeir halda að ef þeir margfalda tölu í Excel skjali sé framtíðin tær snilld.

Þá má gefa skít í krónólógíuna og finna fólk til að skuldsetja með okurvöxtum, til að hugmyndin í skjalinu uppfyllist.

Þeir halda að allt sem þeir lána verði vísitölutryggður kúluhagnaður eftir 10 ár eða 20 ár.

Slitabúin og jöklabréfin verða að taka ábyrgð

Slitabúin verða að bera ábyrgð á því tjóni sem Íbúðalánasjóður hefur orðið fyrir.

Slitabúin verða að bera ábyrgð á því tjóni sem ríkissjóður hefur orðið fyrir.

Slitabúin verða að bera ábyrgð á því tjóni sem almenningur hefur orðið fyrir.

Ríkið á ekki að skaðast í uppgjörinu.

Þetta kom ríkinu ekki við í upphafi, en ríkinu var blandað inn í þessi uppgjör að ósekju.

Þetta hrun bankanna kom almenningi ekki neitt við.

Ef ekki finnst sátt þá þarf að stokka allt upp á nýtt

Ef þjóðfélaginu tekst ekki að fá sátt í hagkerfið áður en það hrynur alveg, að þá er stríðskostnaðurinn gífurlegur fyrir samfélagið.

Þess fyrr sem stokkað er upp á nýtt í okkar hugsun með verðtryggingu og hætta að taka raunvexti af fólkinu og ríkinu verður auðveldara að endurreisa hagkerfið.

Ef það er ekki vilji til sáttar hjá lánastofnunum og lífeyrissjóðum að þá endar þessi einhliða uppsöfnun og uppþurrkun hagkerfisins aðeins á einn hátt.

Það verður engin næring í hagkerfinu, aðeins vatn.

Að lokum þornar hagkerfið upp og verður eins og sóvésk eyðimörk.

Sáttin verður að vera samfélagsleg

Eftir því sem samfélagið leitar að almennri sátt, mun samfélagið halda.

Ef sumir ætla að forgangsetja sig og sína sátt þá eru þeir um leið að afgangssetja aðra.

Ef slíkum misskiptingarsinnum tekst sitt ætlunarverk verður samfélagið lagskipt og að lokum brotnar það upp.

Ef við gerum okkur ekki grein fyrir því þá erum við verr sett félagslega en hundurinn sem gerir sína goggunarröð um það hverjum hlýða skal eftir því hver hann fæðir.

Almenningur þarf að verja friðhelgina

Almenningur þarf að verja hugmyndina um friðhelgi fyrir okkur öll með því að standa saman, gegn fjármálaöflunum.

Fyrst koma þeir til hinna, en að lokum koma þeir til þín.

Það sleppur enginn

Alltof stór hluti fólks lifir án vonar og trú á framtíðina.

Það vinnur enginn.

Þetta er borgarastyrjöld, peningaöflin fyrirgefa fáum útvöldum, en fáum öðrum.

Það vinnur enginn stríð.

Það er okkar að skilgreina framtíðina

Við verðum að koma í veg fyrir að peningaöfl og fjármálastofnanir skilgreini framtíðina með það eitt í huga að margfalda sína eigin peninga og þurrmjólka hagkerfið.

Þeir ætla að skuldsetja fólk, fyrirtæki, ríki og sveitarfélög með óábyrgum lánveitingum sem samfélagið á síðan að bera ábyrgð á.

Það er aðeins uppsöfnun af fortíð sem á að framkvæma með þrælahaldi.

Við þurfum ekki þeirra fortíð til að hafa góða framtíð á okkar friðhelgu heimilum.

Mannréttindabrot eru alþjóðamál

Dómendur verða að sýna það og sanna að þeir standi undir því að dæma um mannréttindabrot eins og friðhelgisbrot er.

Þá einstaklinga sem fremja mannréttindabrot má kæra persónulega beint til alþjóðadómstóla eins og til dæmis Alþjóðaglæpadómstólsins í Haag.

Heimildir:

Halldór Kiljan Laxness. (1964). *Sjöstafakverið* 3. útgáfa 2009. Reykjavík, Vaka - Helgafell hf.

George Orwell. (1945/1985). *Dýrabær.* Reykjavík: Hið íslenzka bókmenntafélag.

Jón Steinar Gunnlaugsson. (2014). *Í krafti sannfæringar – Saga lögmanns og dómara..* Reykjavík. Almenna bókafélagið.

Snorri Sturluson. (2003). *Edda.* Reykjavík, Iðunn

Steinn Steinarr. (1942/1998).. *Ferð án Fyrirheits.* Ljóðasafn Reykjavík, Vaka - Helgafell hf.

Zacharias Topelius. (1904/1955). *Sögur Herlæknisins.* Þýðandi, Matthías Jochumsson. 2. Útg. Reykjavík. Ísafoldarprentsmiðja hf.

BJÖRN Ó. VERNHARÐSSON

Björn Ó. Vernharðsson lauk BA prófi frá Háskóla Íslands og prófi í klíniskri sálfræði (Cand. Psych.) frá Árósarháskóla.

Björn hefur sérhæft nám í samskiptum í hópum þar sem áhersla er lögð á handleiðslu (supervision) sem felur í sér að beitt er sálfræðilegum aðferðum við að aðstoða fólk við að taka ákvarðanir og sálfræðilega þjálfun (coaching) þar sem fólk lærir nýjar aðferðir til að koma hugmyndum sínum í framkvæmd.

Hann hefur þjálfun í að meðhöndla starfstengt vinnuálag og streitu. Björn hefur einnig kynnt sér aðferðir um sáttamiðlun.

BA ritgerðin fjallaði um tilfinningagreind og lokaritgerðin um skynjun á fjarlægð.

Höfundurinn hefur mikla reynslu af alþjóðlegu starfsumhverfi eftir að hafa unnið fyrir ensk, dönsk, norsk og þýsk fyrirtæki.